ehomebooks

Rất mong nhận được góp ý của bạn đọc.
Mọi ý kiến xin gửi về Email: info@ehomebooks.vn

Biên mục trên xuất bản phẩm của Thư viện Quốc gia Việt Nam

Toko đi đâu mất rồi? : Truyện tranh : Dành cho trẻ từ 3 - 6 tuổi / Matsuoka Kyoko ; Minh hoạ: Kako Satoshi ; Trần Bảo Ngọc dịch. - H. : Phụ nữ Việt Nam ; Công ty Xuất bản và Giáo dục Quảng Văn, 2020. - 32tr. : tranh vẽ ; 26cm. - (Ehon Nhật Bản)

ISBN 9786045684993

1. Văn học thiếu nhi 2. Truyện tranh 3. Nhật Bản

895.63 - dc23

PNF0183p-CI

Toko đi đâu mất rồi?

Tác giả:
Matsuoka Kyoko

Minh họa:
Kako Satoshi

Trần Bảo Ngọc *dịch*

NHÀ XUẤT BẢN PHỤ NỮ VIỆT NAM

Đây là Toko.
Toko rất thích chiếc mũ màu đỏ mà bà tặng. Vì thế, đi đâu cậu bé cũng đội nó.

Mọi người xung quanh khi thấy Toko thì đều nói: "Chà, thật là một cậu nhóc hiếu động!" Mỗi lần như vậy, mẹ Toko lại đáp: "Cậu nhóc hiếu động quá khiến tôi mệt lắm. Chỉ hơi rời mắt một chút thôi, cậu nhóc đã lon ton chạy biến đi đằng nào ngay."

Một ngày nọ, Toko cùng mẹ ra chợ. Ở cổng chợ, mẹ gặp một người bạn và bắt đầu trò chuyện rôm rả. Nhân lúc đó, Toko lon ton chạy đi mất...

Toko đi đâu mất rồi?
Đi đâu được nhỉ?

A, đây rồi, đây rồi!

Phải rồi! Cậu nhóc Toko đang đứng trước cửa hàng bán bánh cá nướng.

Chủ nhật, Toko cùng bố đi đến vườn thú.
Khi bố đang xem sơ đồ vườn thú, Toko lại lon ton chạy đi mất...

Toko đi đâu mất rồi?
Chà, không biết đi đâu rồi nhỉ?

Đây rồi, đây rồi!

Phải rồi! Cậu nhóc Toko đang xem các bạn khỉ con ở đảo khỉ.

Vừa về đến nhà, mẹ đã chạy ra đón: “Hai bố con về rồi đấy à!”
“Vâng! Hôm nay thú vị lắm mẹ ạ!” Toko nói. Còn bố thì…
“Ừ… Mệt quá đi mất…”

Mùa hè đến, Toko cùng bố mẹ đi biển.

Bơi được một lúc, trong khi bố và mẹ nằm phơi nắng trên bãi cát, Toko lại lon ton chạy đi mất...

Toko đi đâu mất rồi?
Chà, đi đâu rồi nhỉ?

A, ở kia kìa!

Phải rồi! Cậu nhóc Toko đang xem mọi người chơi trò bịt mắt đập dưa hấu.

Trên chuyến tàu điện trở về nhà, cả bố và mẹ đều ngủ gà ngủ gật.

Mùa thu đến, bà của Toko từ quê ra chơi.
Toko theo bà tới tham dự lễ hội ở một ngôi đền gần nhà.
Trong khi bà cầu nguyện, Toko lại lon ton chạy đi mất...

Toko đi đâu mất rồi? Chà, gay go quá!
Không biết cậu nhóc đang ở đâu nhỉ?

A, ở đằng kia!
BỘT ỚT BẢY VỊ!
HỘI

Phải rồi! Cậu nhóc Toko đang ở cửa hàng bán mặt nạ.

Trên đường về nhà, bà luôn miệng than: "Dẫn Toko ra ngoài làm bà lo quá đi thôi!"

Mùa xuân đến, sắp tới ngày Toko đi mẫu giáo, vì thế bố mẹ đưa cậu nhóc đi sắm sửa ở trung tâm thương mại. Sau khi mua quần áo và giày cho Toko xong, bố mẹ vào chọn cà vạt ở gian hàng nằm tại tầng 1. Trong lúc đó, Toko lại lon ton chạy đi mất...

Toko đi đâu mất rồi?
Chà, nguy quá!
Cậu nhóc đi đâu được nhỉ?

Tầng 1, tầng 2, tầng 3...

Tầng 4, tầng 5, tầng 6...

Aaa, đúng là ở đây rồi!

Hóa ra cậu nhóc Toko đang đứng trước tiệm đồ ăn ở tầng 6.

Vào trong tiệm, bố và mẹ uống nước ép trái cây còn Toko thì ăn kem.

Trên đường về nhà, cả bố và mẹ đều chỉ nắm tay Toko thật chặt mà không nói gì.

Matsuoka Kyoko

Sinh tại Hyogo, Nhật Bản. Bà tốt nghiệp ngành Tiếng Anh, Đại học Kobe và ngành Khoa học thư viện, khoa Xã hội và Nhân văn, Đại học Keio. Sau khi tốt nghiệp, bà tới Mỹ học cao học tại Đại học Western Michigan, chuyên ngành Khoa học thư viện thiếu nhi, đồng thời làm việc tại Thư viện thành phố Baltimore. Về nước, bà mở tủ sách gia đình tại nhà riêng, tiếp tục biên dịch văn học thiếu nhi, sáng tác và nghiên cứu. Bà là tác giả của Ehon *Mako và chuyến phiêu lưu trong bồn tắm*, truyện thiếu nhi *Hắt xì hơi – Ơn của Ông Trời* (toàn bộ do Fukuinkan xuất bản), *Cô bé bí ẩn đáng yêu* (Gakken); dịch giả của sách tranh *Thỏ đen và Thỏ trắng*, *Ngủ ngon Frances nhé*, truyện thiếu nhi *Gấu Paddington, Chú gấu con* (toàn bộ do Fukuinkan xuất bản), truyện dài tập *Henry cố lên!* (Gakken). Bà là giám đốc Thư viện thiếu nhi Tokyo, hiện sống tại Tokyo.

Kako Satoshi (1926-2018)

Sinh tại Fukui, Nhật Bản. Sau khi tốt nghiệp khoa Kỹ thuật công nghiệp, Đại học Tokyo, ông vừa làm việc tại viện nghiên cứu của công ty tư nhân, vừa tham gia các hoạt động văn hóa xã hội. Sau khi nghỉ việc, ông đã có những buổi thuyết giảng tại Đại học Tokyo, Đại học Tokyo Metropolitan, Đại học quốc gia Yokohama... về giáo dục văn hóa thiếu nhi và hành vi lứa tuổi nhi đồng. Trong thời gian này, ông đã sáng tác nhiều tác phẩm Ehon, kịch giấy, truyện thiếu nhi và nghiên cứu về trò chơi truyền thống. Ông là tác giả của Ehon *Chuyện những chiếc răng, Lật Đật* (nhiều cuốn), *Dòng sông, Ngày tuyết rơi, Búp bê Nga, Nhà của cậu, nhà của tớ, Bạn Gấu học nói* (4 cuốn), *Biển, Trái Đất, Vũ trụ, Con người* (toàn bộ do Fukuinkan xuất bản). Năm 2013, Bảo tàng *Sách tranh quê hương Kako Satoshi* được thành lập tại thành phố Echizen, Fukui.

TOKO ĐI ĐÂU MẤT RỒI?

NHÀ XUẤT BẢN PHỤ NỮ VIỆT NAM
39 Hàng Chuối, Hà Nội
ĐT: (04) 39717979 - 39717980 - 39710717 - 39716727 - 39712832.
FAX: (04) 39712830 * E-mail: nxbphunu@vnn.vn
Website: www.nxbphunu.com.vn

Chi nhánh:
16 Alexandre de Rhodes - Q. I - TP Hồ Chí Minh.
ĐT: (08) 38234806

Chịu trách nhiệm xuất bản:
Giám đốc - Tổng biên tập KHÚC THỊ HOA PHƯỢNG
Biên tập: Nguyễn Thị Hòa Bình
Trình bày bìa: Nguyễn Hưng| Trình bày: Theo nguyên bản
Sửa bản in: Kiều Phương

In 3.000 cuốn, khổ 19.1x26cm, tại Công ty TNHH in và DVTM Phú Thịnh
Địa chỉ: Lô B2-1-5 và B2-2-5 KCN Nam Thăng Long, Bắc Từ Liêm, Hà Nội
Giấy xác nhận ĐKXB Số: 2103-2020/CXBIPH/14-40/PN ký ngày 9/6/2020
Giấy Quyết định xuất bản số: 786/QĐ-PNVN ký ngày 17/6/2020
In xong và nộp lưu chiểu năm 2020
Mã ISBN: 978-604-56-8499-3

LIÊN KẾT XUẤT BẢN

ehomebooks

CÔNG TY CỔ PHẦN XUẤT BẢN VÀ GIÁO DỤC QUẢNG VĂN

Trụ sở chính tại Hà Nội:
Số 31, Ngõ 150 Hoàng Công Chất, Phú Diễn, Bắc Từ Liêm, Hà Nội
Tel: (84-4) 3797 0609 * Fax: (84-4) 3797 0609
Văn phòng đại diện tại Tp. Hồ Chí Minh:
204 Nơ Trang Long, Phường 12, Q. Bình Thạnh, TP. Hồ Chí Minh
Tel: (84-8) 6297 0488 * Fax: (84-8) 6297 0488

Homepage: www.ehomebooks.vn
Email: salesonline@quangvanbooks.com
Wordpress: quangvan.wordpress.com
Facebook: www.facebook.com/ehomebook
Hotline: 093 464 1489

たいやき